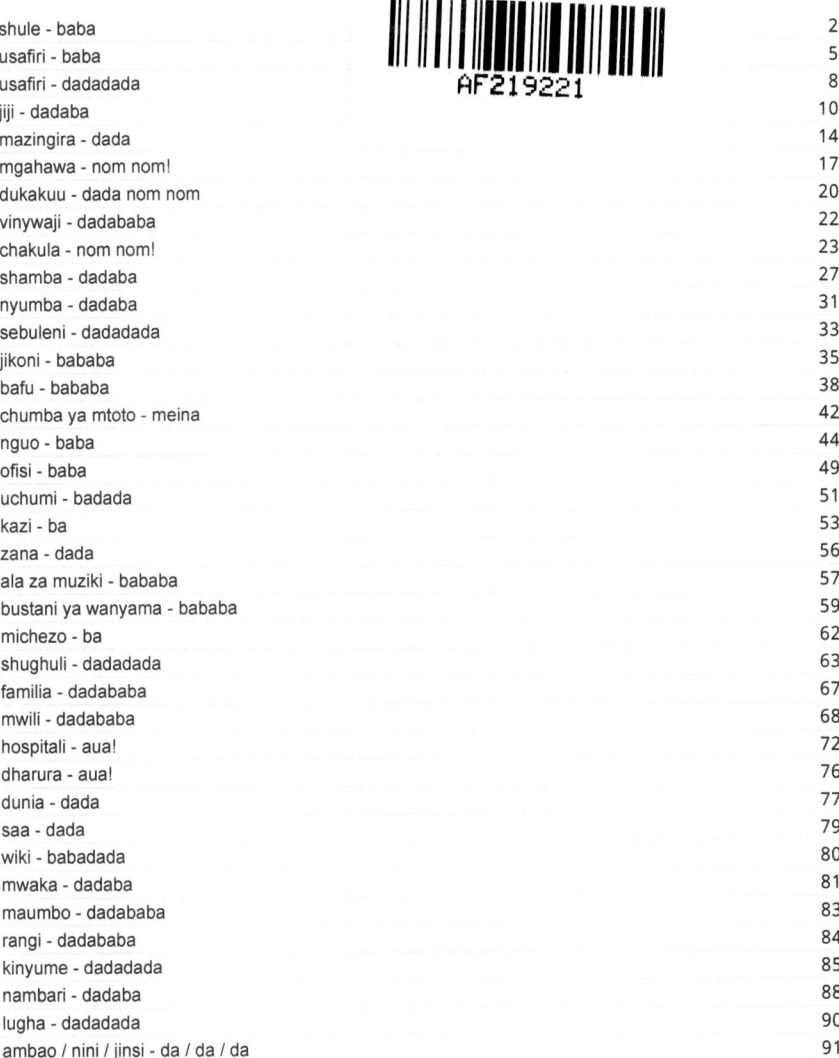

Impressum
Verlag: BABADADA GmbH, Nedderfeld 112 , 22529 Hamburg
Geschäftsführer / Verlagsleitung: Harald Hof
Druck: Books on Demand GmbH, In de Tarpen 42, 22848 Norderstedt

Imprint
Publisher: BABADADA GmbH, Nedderfeld 112 , 22529 Hamburg, Germany
Managing Director / Publishing direction: Harald Hof
Print: Books on Demand GmbH, In de Tarpen 42, 22848 Norderstedt

shule

baba

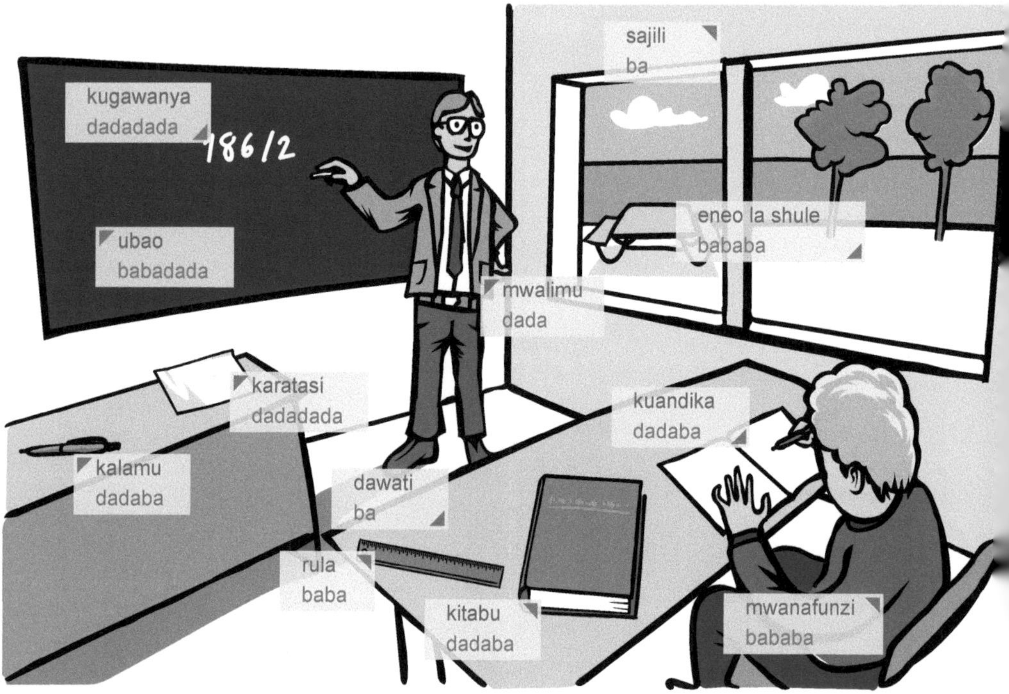

sajili
ba
kugawanya
dadadada
186/2
ubao
babadada
eneo la shule
bababa
mwalimu
dada
karatasi
dadadada
kuandika
dadaba
kalamu
dadaba
dawati
ba
rula
baba
kitabu
dadaba
mwanafunzi
bababa

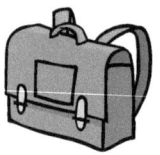

mkoba

dadaba

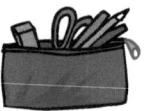

kikasha cha penseli

dada

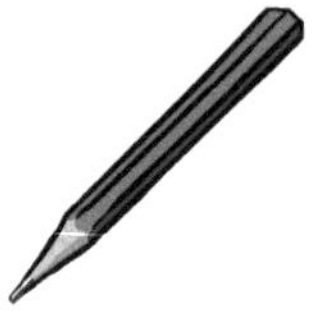

penseli

bababa

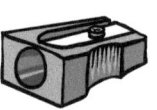

kichonga penseli

dadaba

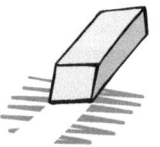

mpira

baba

pedi ya kuchora

ba

uchoraji
....
bababa

brashi ya rangi
....
ba

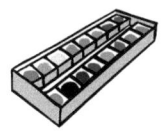

sanduku la rangi
....
dada

mkasi
....
babadada

gundi
....
dadaba

daftari
....
dadadada

kazi ya nyumbani
....
babadada

nambari
....
bababa

jumlisha
....
dadaba

ondoa
....
bababa

zidisha
....
badada

kokotoa
....
dadababa

barua
....
babababa

alfabeti
....
babababa

neno
....
dada

maandishi

babadada

kusoma

dadadada

chaki

dada

somo

babababa

sajili

ba

uchunguzi

baba

cheti

babababa

sare za shule

babadada

elimu

babababa

elezo

dadababa

chuo kikuu

babababa

darubini

dadababa

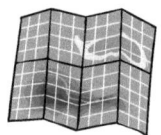

ramani

bababa

kikapu cha kuweka karatasi
chafu

babadada

4   shule - baba

usafiri
baba

hoteli
babadada
Grand
hosteli
dadaba
ROOMS
ofisi ya ubadilishanaji
dadadada
sanduku
dada
gari
ado

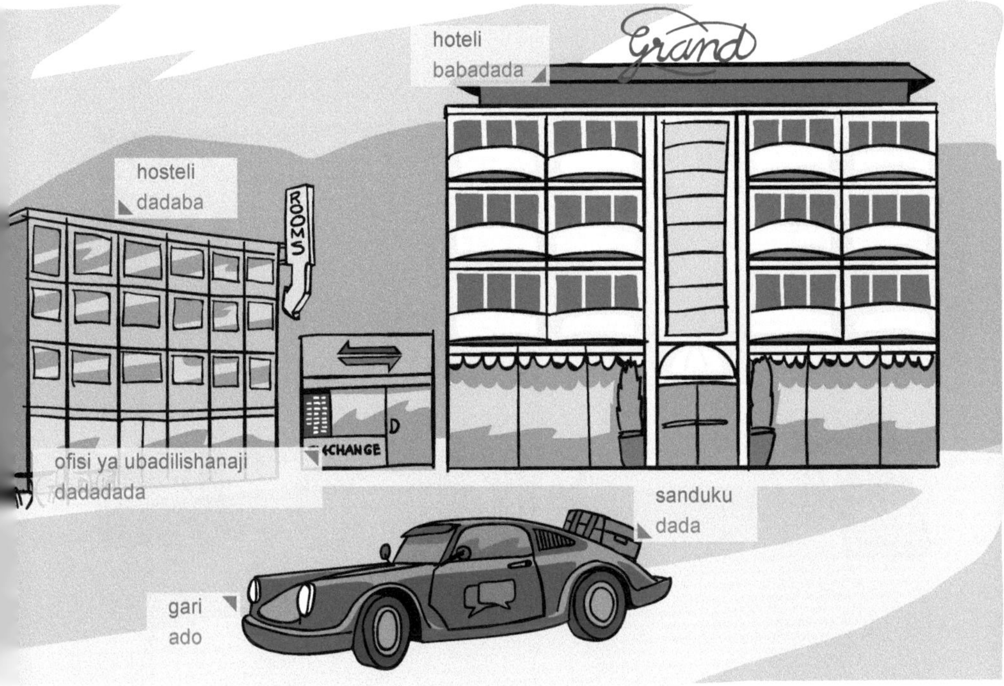

lugha
dadadada

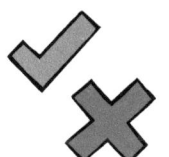

ndiyo / la
da / meh

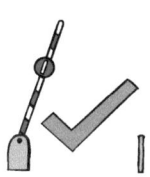

sawa
Oh

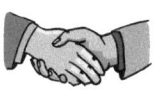

hujambo
ba

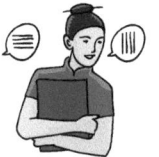

mtafsiri
dada

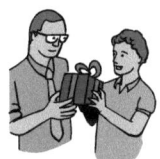

Asante
dada

kiasi gani ni ...?

babababa

Sielewi

ah

tatizo

dadaba

Jioni njema!

ba dada

Habari za asubuhi!

babadada

Usiku mwema!

heia!

kwa heri

dadaba

mwelekeo

badada

mizigo

dada

mfuko

babababa

shanta

babababa

mgeni

baba

chumba

dadadada

begi la kulalia

dadadada

hema

dada

taarifa ya utalii

dadadada

ufuo

badada

kadi

babadada

kifunguakinywa

dadababa

chakula cha mchana

baba

chakula cha jioni

bababa

tiketi

dada

kuinua

dada

muhuri

babadada

mpaka

badada

mila

dadaba

ubalozi

babadada

visa

dadaba

pasipoti

dada da da da

usafiri
dadadada

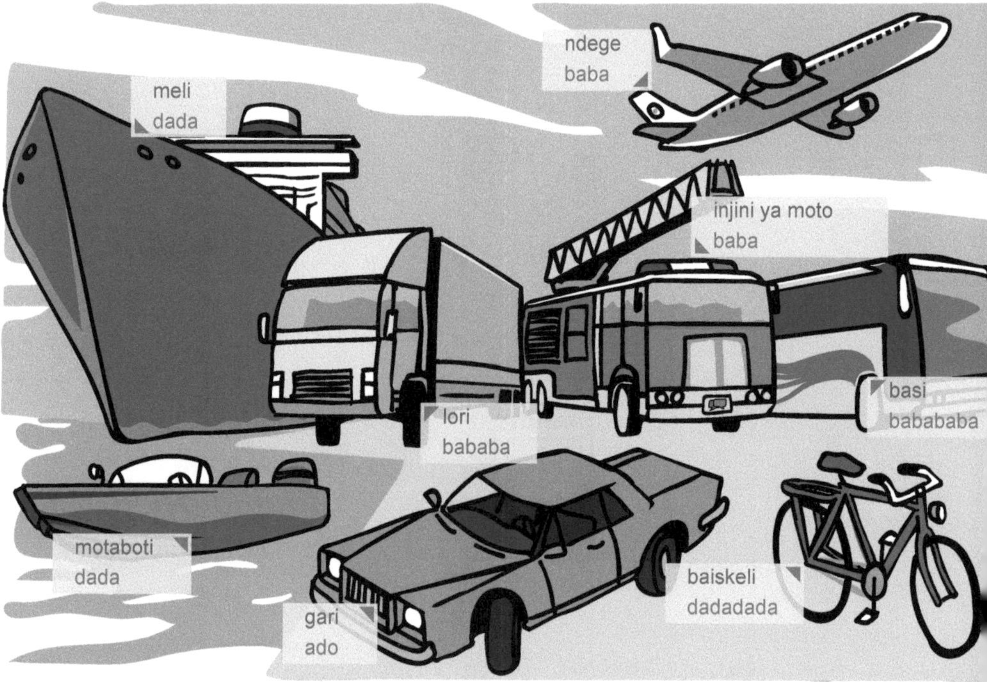
ndege
baba
meli
dada
injini ya moto
baba
basi
babababa
lori
bababa
motaboti
dada
baiskeli
dadadada
gari
ado

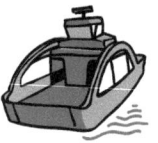

feri

babadada

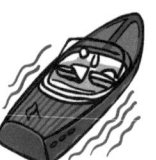

mashua

baba

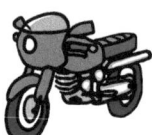

pikipiki

bababa

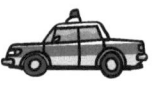

gari la polisi

ado

gari la mashindano

ado

gari la kukodisha

auto

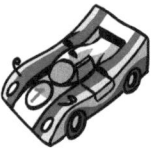

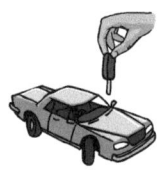

kushiriki gari

dada

lori la kuvuta

ado

ukusanyaji taka

ado

motor

brumbrum!

mafuta

bababa

kituo cha mafuta

dada

ishara trafiki

dadaba

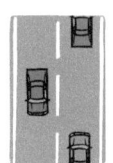

trafiki

badada

msongamano

ado ado

maegesho

babadada

kituo cha treni

babababa

reli

dada

garimoshi

dadaba

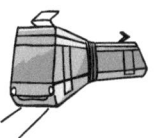

tremu

baba

gari la mizigo

dadaba

helikopta
baba

uwanja wa ndege
baba

mnara
dadaba

abiria
baba

chombo
badada

katoni
dada

mkokoteni
baba

kikapu
dadadada

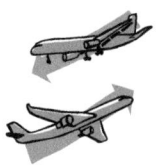

ondoka
da / bada

jiji
dadaba

kijiji
bababa

katikati ya jiji
dadababa

nyumba
dadaba

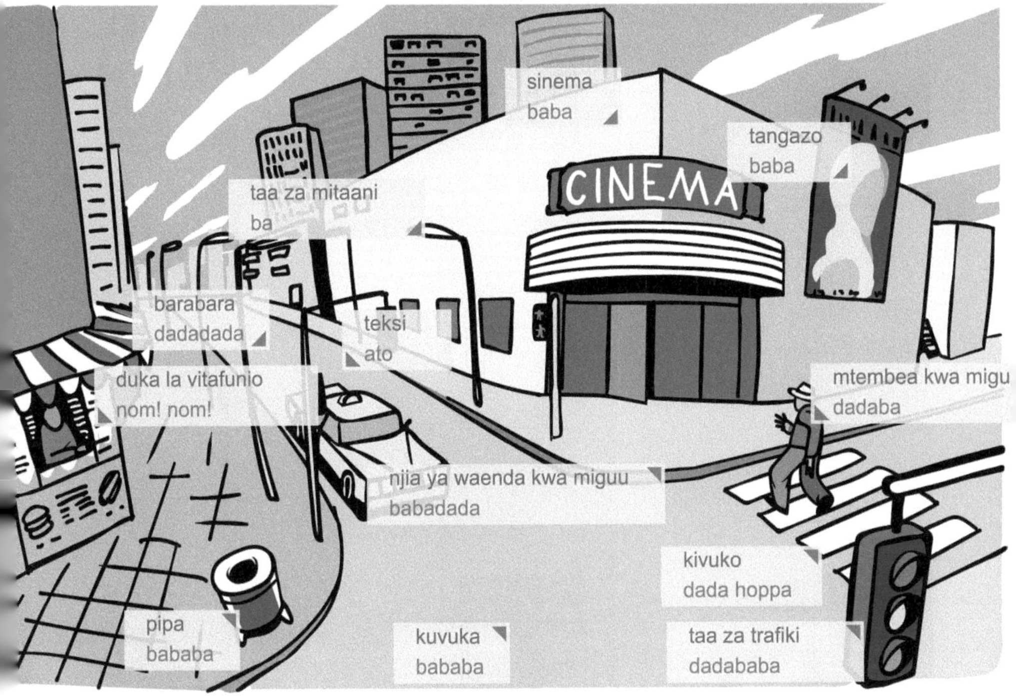

sinema
baba
tangazo
baba
CINEMA
taa za mitaani
ba
barabara
dadadada
teksi
ato
duka la vitafunio
nom! nom!
mtembea kwa migu
dadaba
njia ya waenda kwa miguu
babadada
kivuko
dada hoppa
pipa
bababa
kuvuka
bababa
taa za trafiki
dadababa

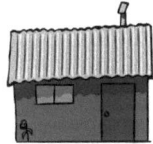

kibanda

babadada

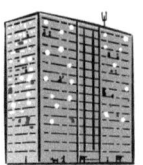

gorofa

dadadada

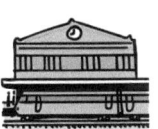

kituo cha treni

babababa

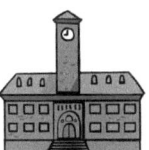

ukumbi wa mji

dadaba

MUSEUM

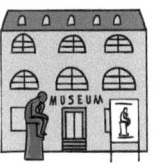

Makavazi

bababa

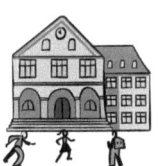

shule

baba

chuo kikuu

babababa

benki

dadadada

hospitali

aua!

hoteli

babadada

duka la dawa

aua!

ofisi

baba

duka la kitabu

bababa

duka

ba

duka la maua

dadaba

dukakuu

dada nom nom

soko

dadadada

idara ya kuhifadhi

dadadada

mwuza samaki

nom! nom!

kituo cha ununuzi

baba

bandari

ba

Hifadhi

dadadada

benki

baba

daraja

babababa

vidato

dadadada

chini ya ardhi

bababa

handaki

baba

kituo cha mabasi

ba

bar

babababa

mgahawa

nom nom!

sanduku la posta

dadaba

ishara ya barabara

dada

mita ya maegesho

baba

bustani ya wanyama

bababa

kidimbwi cha kuogelea

dada

msikiti

baba

shamba
dadaba

uchafuzi
dadababa

makaburini
bababa

kanisa
ba

uwanja wa michezo
dadababa

hekalu
bababa

mazingira
dada

jani
baba

ishara ya mwelekeo
baba

njia
dada

malisho
bababa

jiwe
baba

mtembeaji wa masafa
dada

mti
dadababa

mto
bababa

nyasi
dada

ua
mama!

bonde

badada

kilima

bababa

ziwa

dadadada

msitu

dadadada

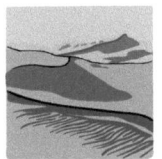

jangwa

dadababa

volkano

dadaba

ngome

babababa

upinde wa mvua

dadaba

uyoga

bababa

mtende

dadababa

mbu

aua!

kuruka

badada

chungu

dadababa

nyuki

summ summ

buibui

dada

mazingira - dada

15

mende

dadaba

chura

quak

kuchakuro

dadababa

nungunungu

dadaba

sungura

baba

bundi

gackgack

ndege

gackgack

swan

gackgack

nguruwe mwitu

babadada

kulungu

dadadada

aina ya kongoni

dadadada

bwawa

dadadada

tabo ya upepo

ba

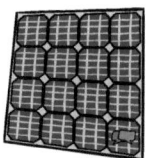

nishaji ya jua

dadadada

hali ya hewa

bababa

mhudumu
dadadada

menyu
baba

kiti
dadaba

supu
nom! nom!

piza
nom nom!

vilia
ba

kitambaa cha mezani
bababab

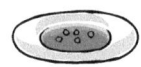

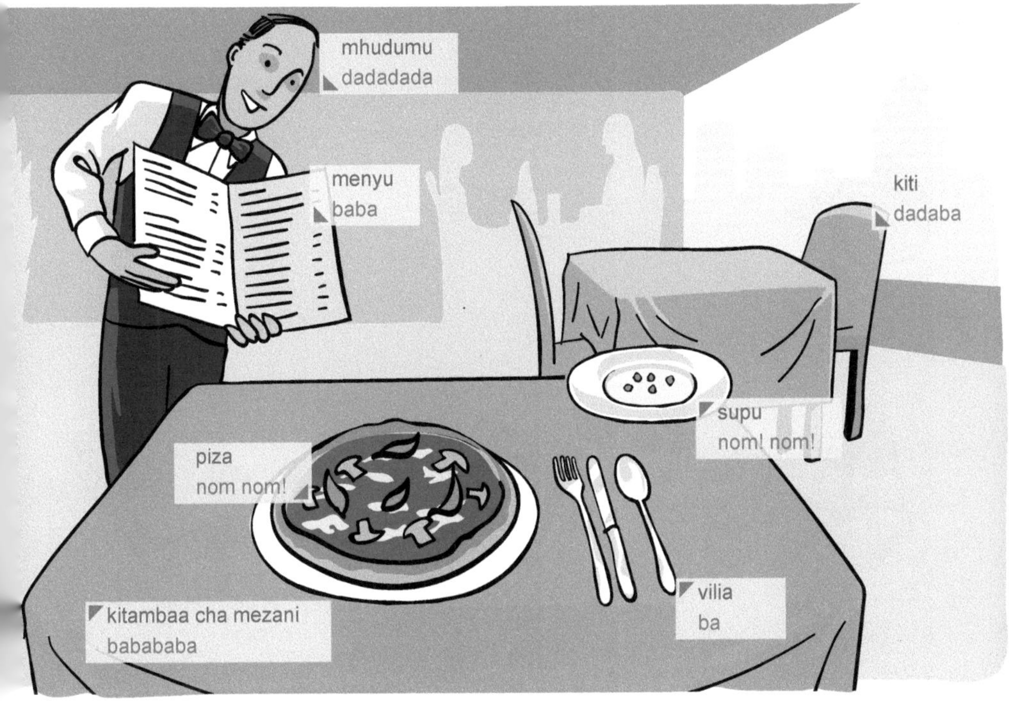

kiamsha hamu
nom! nom!

kozi kuu
nom! nom!

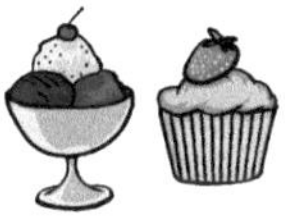

kitindamlo
nom nom!

vinywaji
dadababa

chakula
nom nom!

chupa
nom nom!

chakula cha haraka

nom! nom!

Streetfood

nom! nom!

buli

babababa

kisanduku cha sukari

nom! nom!

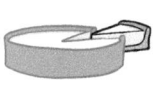

sehemu

nom nom!

mashine ya espresso

dadaba

kiti kirefu

bababa

muswada

ba

trei

bababa

kisu

ba

uma

babadada

kijiko

dadaba

kijiko cha chai

bababa

nepi

dadaba

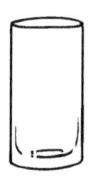

glasi

ba

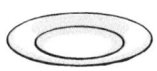

sahani

nom nom!

sahani ya supu

bababa

sufuria

bababa

mchuzi

nom! nom!

kichanyaji chumvi

dadadada

kinu cha pilipili

dadaba

siki

bähbäh

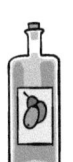

mafuta

dadababa

viungo

dadababa

kechapu

nom! nom!

haradali

nom! nom!

kachumbari nzito

nom nom!

dukakuu
dada nom nom

ofa maalum
dadababa

mteja
dadaba

maziwa
dadaba

matunda
nom nom!

toroli
baba

mchinjaji
dadaba

mwokaji
nom! nom!

uzito
bababa

mboga
bähbäh

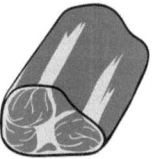

nyama
nom nom!

chakula waliohifadhiwa
nomnom

ipande vya nyama baridi

nom nom!

chakula cha kopo

nomnom

sabuni ya unga

bababa

pipi

baba

bidhaa za kaya

dadaba

bidhaa za kusafisha

dadababa

mtu mauzo

bababa

mpaka

bababa

keshia

dadaba

orodha ya manunuzi

dada

masaa ya ufunguzi

dadababa

mkoba

baba

kadi

babadada

mfuko

dadababa

mfuko wa plastiki

dadababa

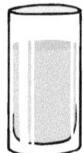

maji

wasa

sharubati

dadadada

maziwa

badada

coke

ba

mvinyo

bababa

bia

dadadada

pombe

dadaba

kakao

bababa

chai

dadababa

kahawa

dada

spreso

dadaba

kapuchino

dadababa

ndizi
....
nane

tufaha
....
nom nom!

machungwa
....
bababa

tikiti
....
nom nom!

lemon
....
nom nom!

karoti
....
bähbäh

kitunguu saumu
....
bada meh

mianzi
....
dadaba

kitunguu
....
dadaba

uyoga
....
nom nom!

karanga
....
nom nom!

nudo
....
nom nom!

spageti

nom nom!

mpunga

nom nom!

saladi

nom nom!

vibanzi

nom nom!

viazi vya kukaanga

nom nom!

piza

nom nom!

hambaga

nom nom!

sandwichi

nom nom!

kipande

nom nom!

paja la mnyama

nom nom!

salami

nom nom!

soseji

nom nom!

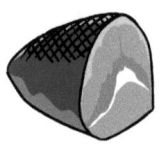

kuku

gack gack

choma

nom nom!

samaki

nom nom!

oats ya uji

nom nom!

muesli

bähbäh

cornflakes

nom nom!

unga

nom nom!

kroisanti

nom nom!

andazi

babadada

mkate

nom! nom!

mkate wa kubanika

nom nom!

biskuti

nom nom!

siagi

nom nom!

maziwa mgando

nom nom!

keki

nom nom

yai

dadaba

yai kukaanga

nom nom!

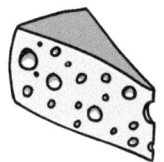

jibini

bada muh

aiskrimu

nom nom!

sukari

nom nom!

asali

baba summ

jemu

nom nom!

kuenea kwa chokoleti

nom nom!

mchuzi wa viungo

babadada

chakula - nom nom!

shamba
dadaba

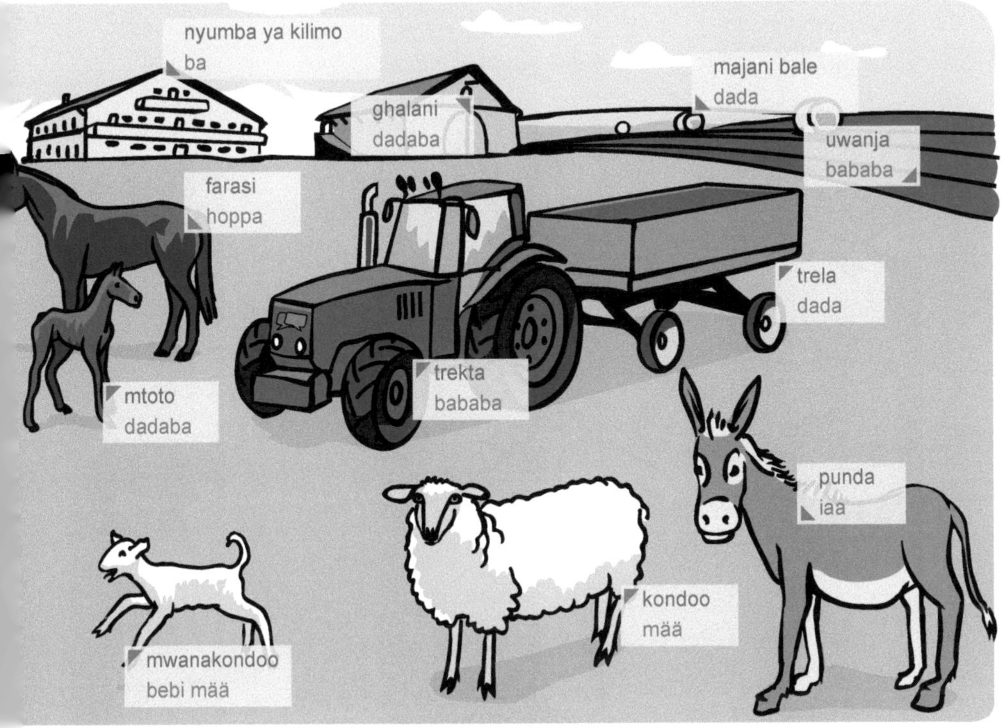

nyumba ya kilimo
ba
ghalani
dadaba
majani bale
dada
uwanja
bababa
farasi
hoppa
trela
dada
mtoto
dadaba
trekta
bababa
punda
iaa
kondoo
mää
mwanakondoo
bebi mää

mbuzi

baba

ng'ombe

muh

ndama

mimuh

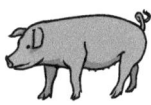

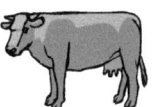

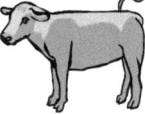

nguruwe

mama oink

mwananguruwe

oink

fahali

dadadada

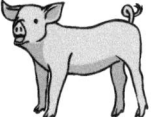

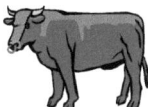

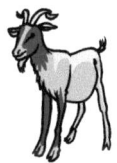

batabukini

gackgack

bata

gackquack

kifaranga

gacki

kuku

gackgack

jogoo

gacko

panya

dada

paka

mau

panya

bababa

ng'ombe

muh

mbwa

wauwau

nyumba ya mbwa

wauwau

bomba la bustani

baba

debe la kumwagilia maji

dadababa

fyekeo

baba

kulima

dadababa

mundu

baba

jembe

dadadada

uma wa nyasi

dada

shoka

bababa

toroli

babababa

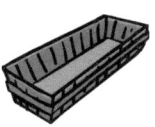

kupitia nyimbo

baba

chombo cha maziwa

dada muh

gunia

dadababa

ua

badada

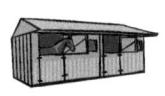

imara

dadadada

chafu

ba

udongo

babadada

mbegu

baba

mbolea

baba

kivunaji

dadababa

shamba - dadaba

29

mavuno

bababa

mavuno

dadadada

viazi vikuu

dadaba

ngano

dadababa

soya

dadababa

viazi

bababa

mahindi

badada

rapa

bababa

mti wa matunda

bababa

muhogo

dadadada

nafaka

dadababa

nyumba
dadaba

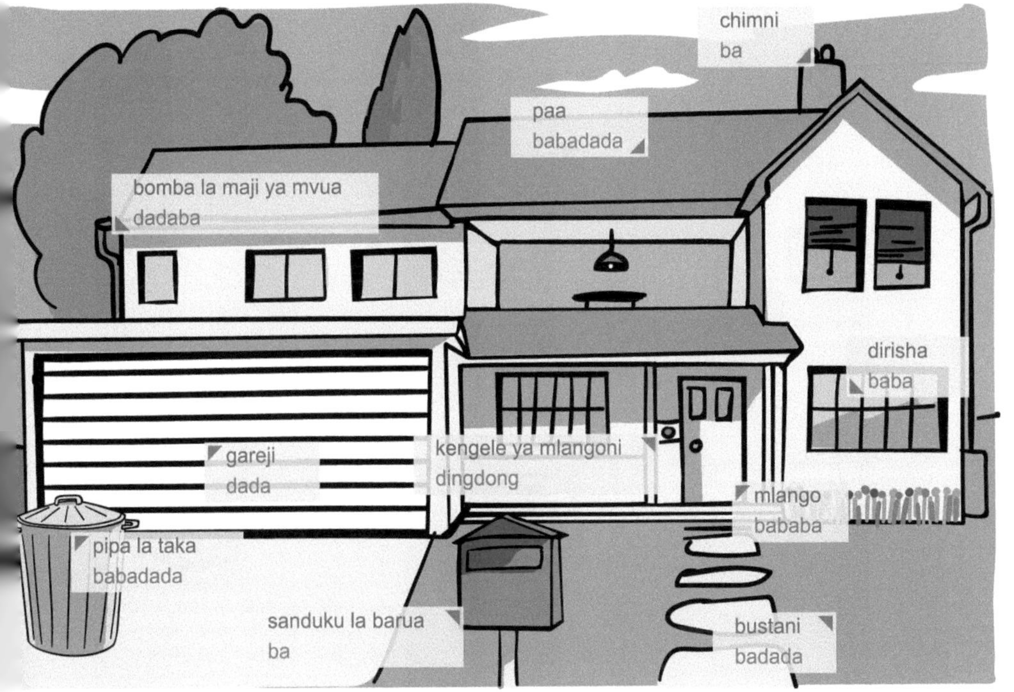
chimni
ba
paa
babadada
bomba la maji ya mvua
dadaba
dirisha
baba
gareji
dada
kengele ya mlangoni
dingdong
mlango
bababa
pipa la taka
babadada
sanduku la barua
ba
bustani
badada

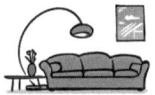

sebuleni

dadadada

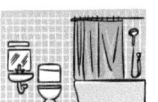

bafu

bababa

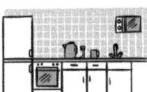

jikoni

bababa

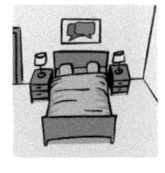

chumba cha kulala

dadababa

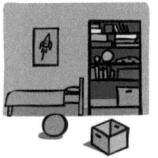

chumba ya mtoto

meina

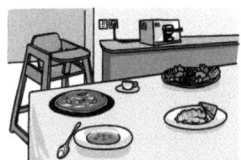

chumba cha kulia

dadaba

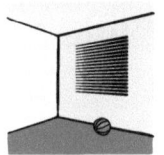

sakafu

badada

pishi

dada

mtaro

dadadada

karatasi

dadaba

ufagio

dada

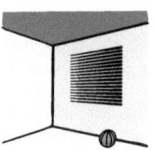

ukuta

dadababa

sauna

dadababa

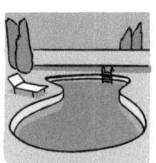

kidimbwi

bababa

kitambaa cha kupamba kitanda

babadada

ndoo

dadaba

dari

bababa

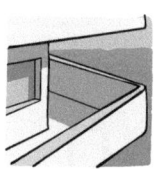

roshani

babababa

mashine ya kukata nyasi

baba

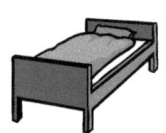

kitanda

heia!

kubadili

dadababa

sebuleni
dadadada

mandhari
dadadada
picha
badada
taa
badada
rafu
dadadada
kabati
ba
televisheni/runinga
dada gucki
mekoni
dadababa
ua
mama!
mto
baba
sofa
dada
chombo cha maua
dadaba
kitenzambali
baba

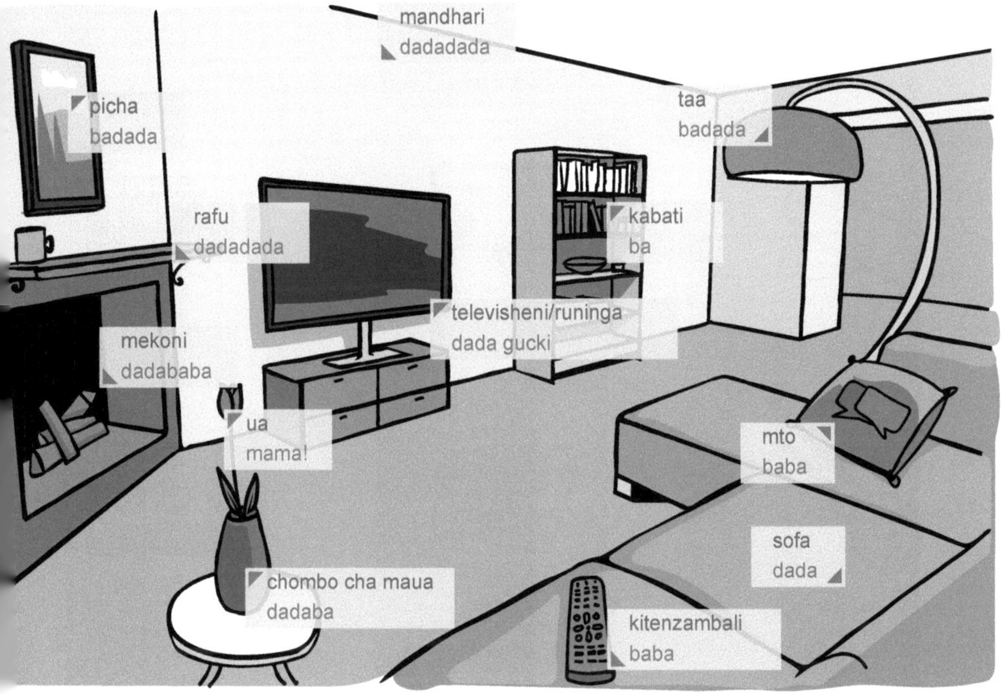

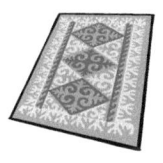

zulia

dada

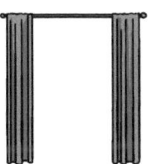

pazia

bababa

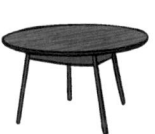

meza

ba

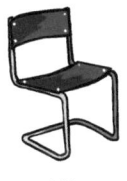

kiti

dadaba

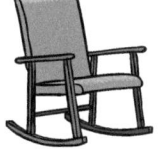

kiti cha bembea

dadadada

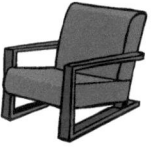

armchair

bababa

kitabu
dadaba

blanketi
dadadada

mapambo
dadaba

kuni
ba

filamu
dadadada

kifaa cha hi-fi
lala

ufunguo
babadada

gazeti
dadadada

uchoraji
dadadada

bango
bababa

redio
lala

daftari
dadababa

kifyonza
babadada

dungusi kakati
aua!

mshumaa
babadada

jikoni
bababa

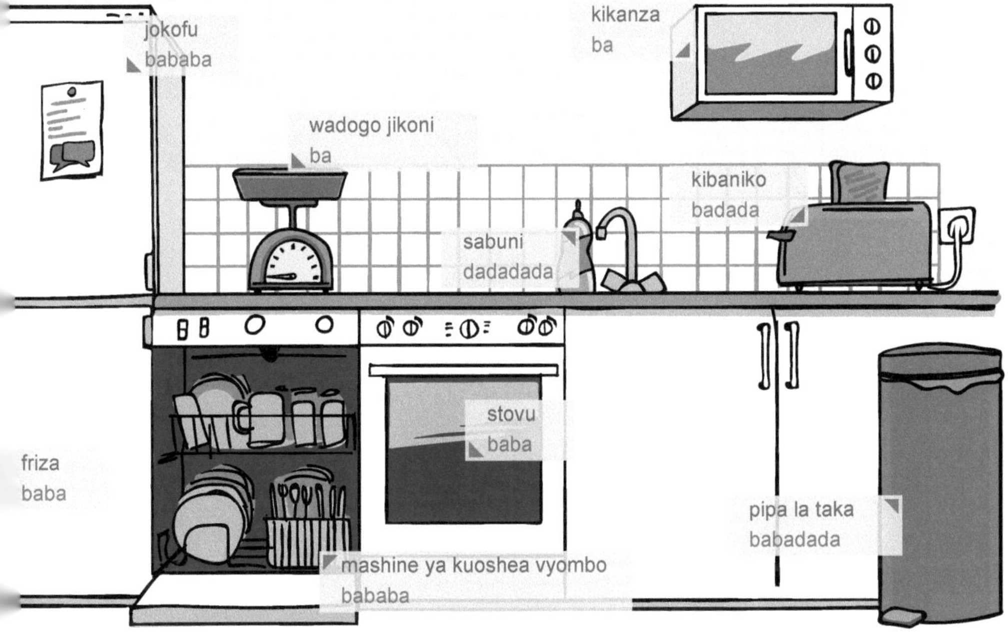
jokofu
bababa
kikanza
ba
wadogo jikoni
ba
kibaniko
badada
sabuni
dadadada
stovu
baba
friza
baba
pipa la taka
babadada
mashine ya kuoshea vyombo
bababa

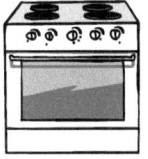

jiko la kupika

dada

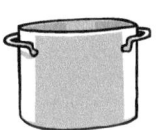

chungu

dada

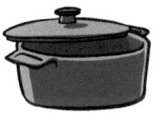

sufuria ya chuma

dada

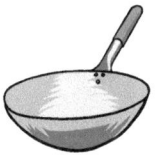

wok / kadai

baba / dada

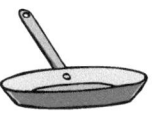

kaango

badada

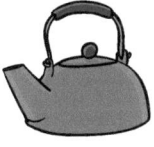

birika

ba

stima

dadababa

sinia ya kuoka

bababa

vyombo vya udongo

dadaba

kombe

dadadada

bakuli

dadaba

vijiti vya kulia

baba

ukawa

dadaba

mwiko mpana

dadadada

burashi

badada

kichujio

dada

chujio

bababa

mbuzi

baba

chokaa

dadababa

barbeque

dada

moto wazi

aua!

ubao wa majaribio

dadababa

kijiti cha kusukuma unga

babababa

kizibuo

dadababa

kopo

dadadada

inaweza kopo

bababa

kishikio cha chungu

dadababa

karo

dadadada

brashi

dadababa

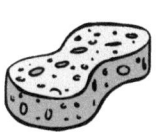

sifongo

ba

kisagaji matunda

aua!

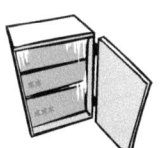

friji ya kina

babadada

chupa ya mtoto

bababa

bomba

dadadada

joto
babadada

mfereji wa kuogea
bababa

taulo
ba

pazia la kuogea
babababa

maji ya kuoga yenye povu
wasa

hodhi
baba

glasi
ba

mashine ya kuosha
baba

bomba
dadadada

vigae
badada

poti
kaka

karo
dadadada

choo

kaka

choo cha squat

ba

beseni la mviringo

dadababa

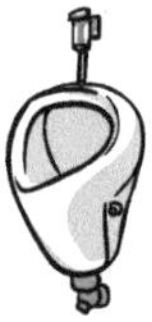

choo cha umma

dadababa

shashi

kaka

brashi ya choo

bababa

mswaki
....
bababa

dawa ya meno
....
nom! nom!

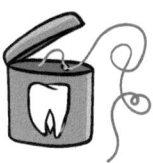

dawa ya meno
....
dadadada

safisha
....
bababa

kuoga mkono
....
babababa

msukumo wa maji
....
dadadada

bonde
....
badada

mpako wa pili
....
dadadada

sabuni
....
nom! nom!

jeli ya kuogea
....
nom! nom!

shampuu
....
nom! nom!

flana
....
babadada

toa maji
....
dadaba

krimu
....
nom! nom!

kiondoa harufu
....
babababa

kioo

dadadada

kioo mkono

dadadada

kinyozi

ba

povu la kunyoa

nom! nom!

baada ya kunyoa

nam! nam!

kichana

dadababa

brashi

baba

kikausha nywele

dadadada

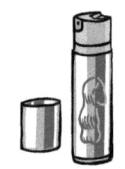

marashi ya nyewele

badada

vipodozi

dadaba

kidomwa

mama!

varnish ya msumari

ba

pamba

bababa

mkasi wa kucha

dadadada

manukato

bababa

mkoba wa kuosha

dadadada

kinyesi

bababa

mizani

dadadada

nguo ya kuoga

ba

glavu za mpira

bababab

kisodo

ba

sodo

bababa

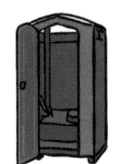

kemikali choo

baba

chumba ya mtoto
meina

saa ya kengele
bababa
kidoli cha kupakata
bababa
gari bandia
auto
kelele
dadadada
chumba cha midoli
bababa
sasa
babababa

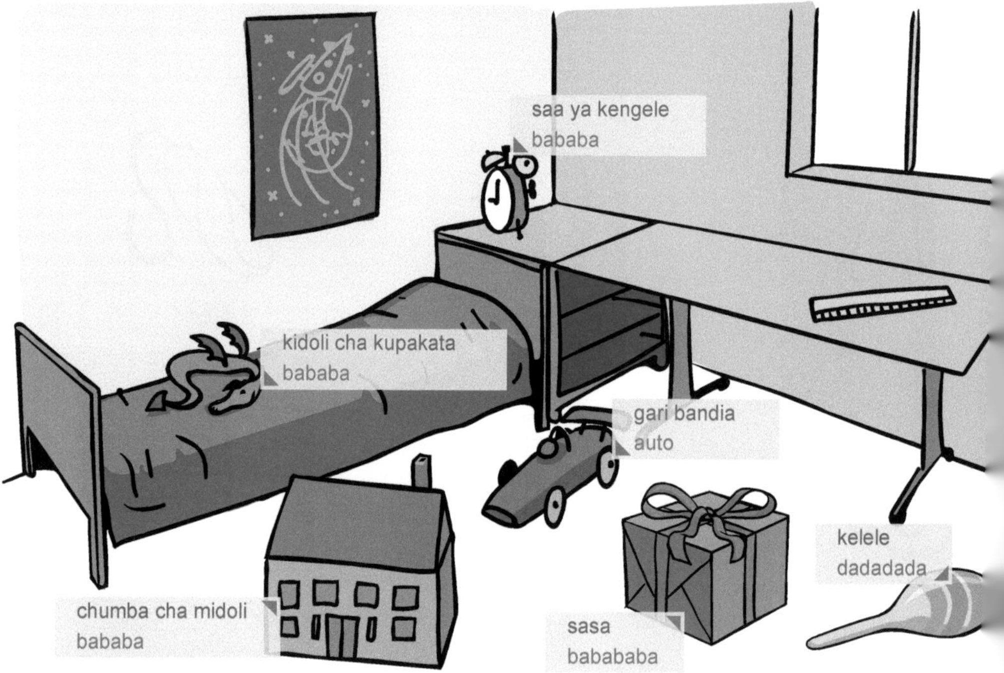

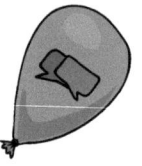

baluni

dadadada

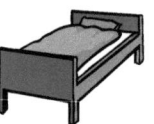

kitanda

heia!

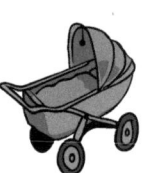

mashua

dadaba

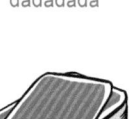

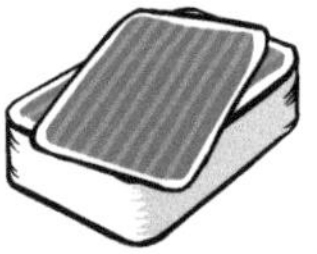

staha ya kadi

dadababa

mchezo-fumb

bababa

SUPER
MEGA

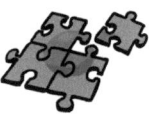

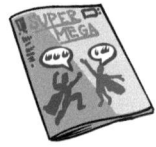

vichekesho

dadababa

matofali lego
badada

vitalu mwigo
badada

hatua takwimu
dada

suti ya kulalia
dadadada

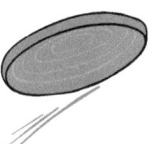

kisahani
dadaba

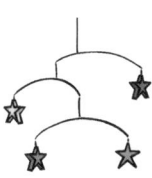

simu
dadaba

ubao wa michezo
ba

kete
baba

garimoshi mwigo
dadababa

dummy
lula

chama
baba

picha kitabu
dadaba

mpira
dada

kikaragosi
dada

kucheza
badada

shimo la mchanga
dadaba

bembea
babababa

vitu bandia
dadababa

kiweko cha video ya mchezo
dadaba

baiskeli ya magurudumu
babadada
matatu

mwanasesere
dadababa

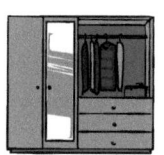

kabati
dadaba

nguo
baba

soksi
dadadada

stokingi
ba

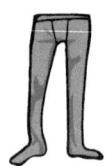

kibano
dada

skafu
bababa

mwavuli
bababa

fulana
badada

ukanda
dadababa

viatu
baba

ndara
baba

wakufunzi
ba

malapa
bababa

viatu
badada

mabuti ya mpira
dada

suruali ya ndani
ba

sidiria
baba

fulana
dadadada

mwili

badada

suruali

ba

dangirizi

bababa

sketi

dada

blauzi

bababa

shati

dadadada

vuta

baba

sweta

baba

bleza

babadada

jaketi

baba

koti

bababa

koti la mvua

dadababa

maleba

bababa

gauni

ba

mavazi ya harusi

dadaba

suti

dadadada

vazi la usiku

bababab

pajama

heia

sari

baba

skafu

dadadada

kilemba

dada

burka

dada

kaftan

baba

abaya

dadadada

vazi la kuogelea

wasa

vazi la kiume la kuogelea

bababa

kaptura

dadababa

teitei

babababa

aproni

baba

glavu

babababa

kifungo

dadaba

glasi

babadada

bangili

dada

mkufu

dadababa

pete

bababa

herini

dadababa

kofia

dada

kiango cha koti

babadada

kofia

dadababa

tai

bababa

zipu

badada

kofia

dadaba

kanda za suruali

dada

sare za shule

babadada

sare

babababa

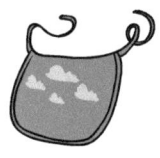

bibu

namnam

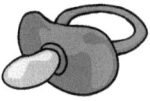

dummy

lula

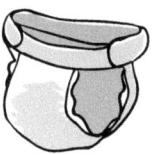

nepi

kaka!

ofisi

baba

seva
dadaba
kabati la kuweka faili
dadababa
kichapishaji
badada
karatasi
dadadada
kiwambo
dadadada
kipanya
baba
dawati
ba
folda
dadaba
kibodi
dada
kiti
bababa
a kuweka karatasi chafu
a
kompyuta
dada

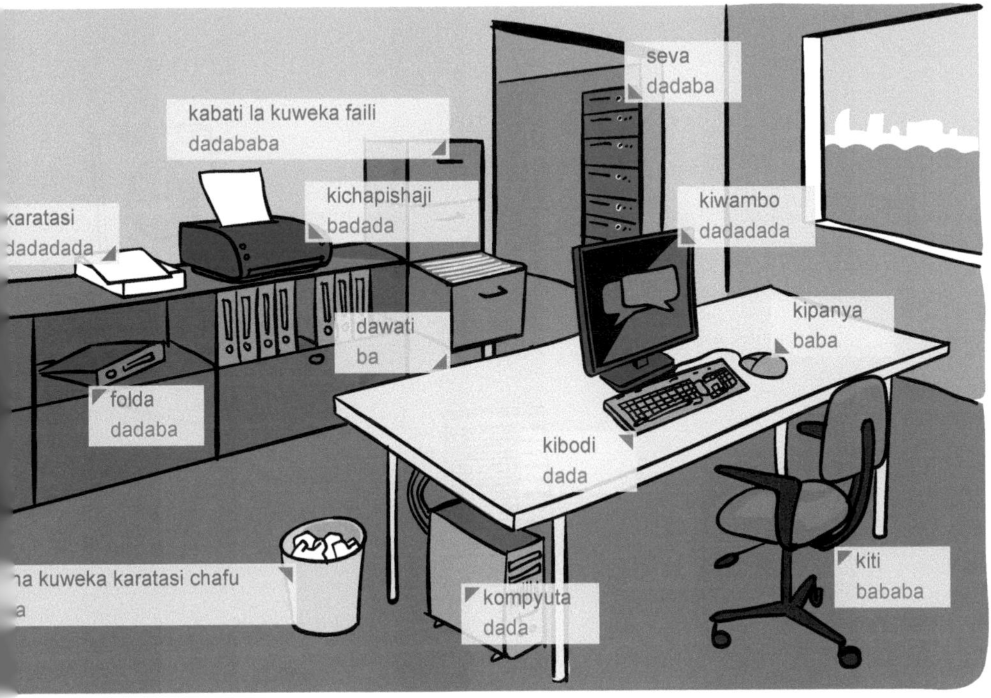

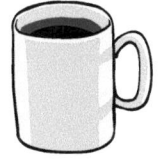

kmobe la kahawa

dada

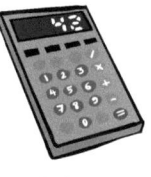

kikokotoo

bababa

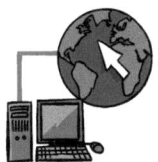

biashara

da da

mbali

papa!

barua

dadababa

ujumbe

ba

rununu

fon

intaneti

bababa

fotokopia

ba

programu

bababa

simu

dada bing

soketi

aua!

kipepesi

bababa

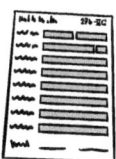

fomu

dadaba

hati

bababa

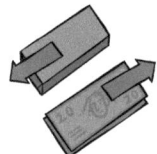

kununua

baba

kulipa

dadadada

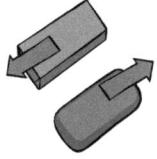

biashara

dadaba

fedha

badada

dola

babadada

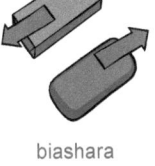 

yuro

dadaba

yeni

bababa

rouble

ba

faranga ya Uswisi

dada

renminbi yuan

dada

rupia

ba

eneo la kulipia

ba

ofisi ya ubadilishanaji

dadadada

dhahabu

dadadada

fedha

baba

mafuta

dadadada

nishati

ba

bei

dadadada

mkataba

baba

kodi

bababa

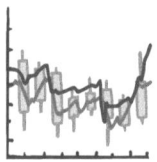

bidhaa

dadadada

kazi

dadaba

mfanyakazi

dadadada

mwajiri

dadababa

kiwanda

dadaba

duka

ba

kazi

ba

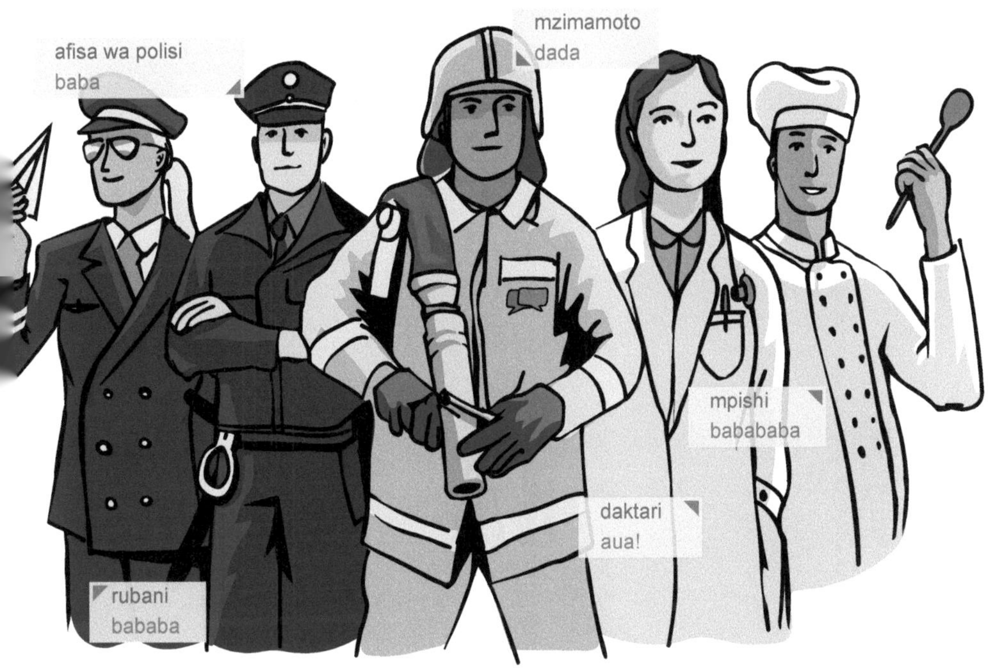

afisa wa polisi
baba
mzimamoto
dada
mpishi
babababa
daktari
aua!
rubani
bababa

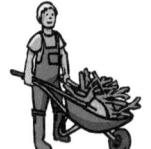

mtunza bustani

bababa

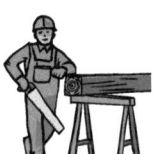

seremala

bababa

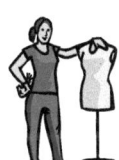

mshonaji

baba

hakimu

bababa

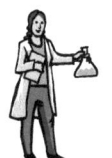

mwanakemia

dadaba

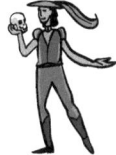

muigizaji

dadababa

dereva wa basi

ba

dereva wa teksi

auto mann

mvuvi

bababa

mwanamke wa kusafisha

dadadada

mwezekaji

dadadada

mhudumu

dadadada

mwindaji

badada

mchoraji

dadadada

mwokaji

dadababa

umeme

papa!

mjenzi

babababa

mhandisi

bababa

mchinjaji

dadababa

fundi bomba

dadadada

mwanaposta

bababa

mwanajeshi

dadadada

msanifu majengo

ba

keshia

dadaba

muuza maua

bababa

msusi

babadada

kondakta

bababa

mekanika

dadaba

nahodha

dada

daktari wa meno

badada

mwanasayansi

ba

rabbi

bababa

imamu

dadaba

mtawa

dada

kasisi

dadadada

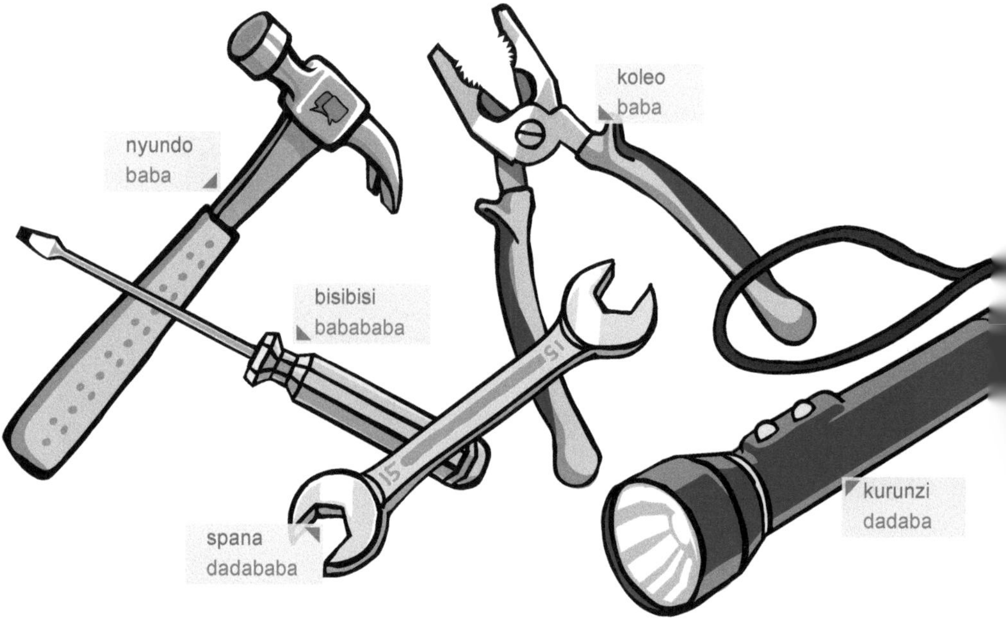

nyundo
baba

koleo
baba

bisibisi
babababa

spana
dadababa

kurunzi
dadaba

mchimbaji
dadaba

sanduku la vifaa
baba

ngazi
babababa

msumeno
dadaba

misumari
babadada

kuchimba visima
dada

kukarabati
dadababa

sepetu
dada

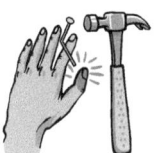

Lo!
aua!

kishikio cha uchafu
dada

chungu cha rangi
dadaba

skurubu
babababa

ala za muziki
bababa

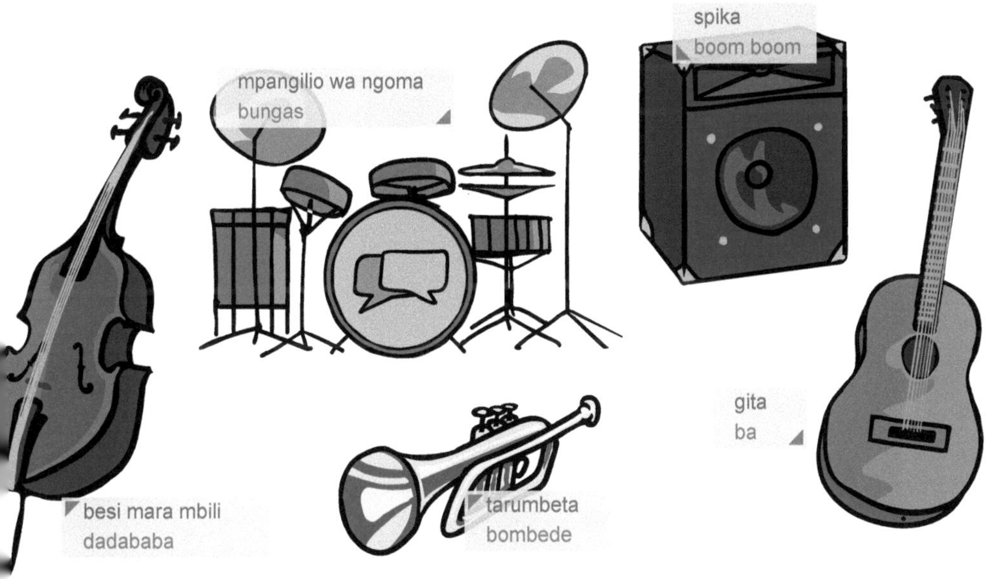

spika
boom boom

mpangilio wa ngoma
bungas

gita
ba

besi mara mbili
dadababa

tarumbeta
bombede

piano

bingbing

fidla

bababa

ubeji

ba

timpani

badada

ngoma

bunga bunga

kibodi

badada

saksafoni

dadababa

filimbi

dadababa

maikrofoni

dadadada

bustani ya wanyama
bababa

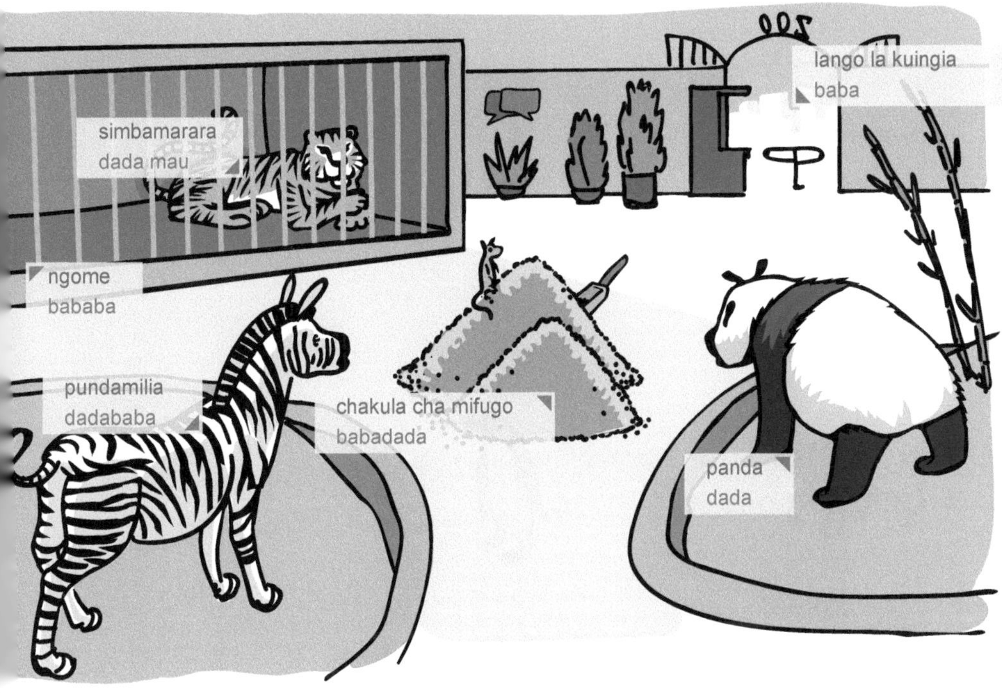
lango la kuingia
baba
simbamarara
dada mau
ngome
bababa
pundamilia
dadababa
chakula cha mifugo
babadada
panda
dada

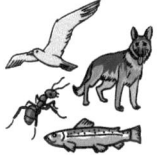

wanyama

dadadada

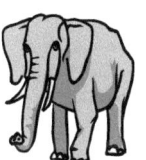

tembo

bababa

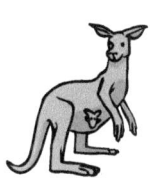

kangaruu

dadaba

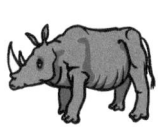

kifaru

babadada

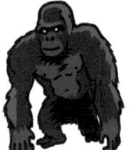

sokwe

dada

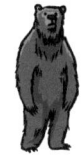

dubu

babababa

ngamia

dadaba

mbuni

gackgack

simba

babadada

tumbili

dadaba

heroe

gackgack

kasuku

bababa

dubu

bababa

penguini

dada

papa

bababa

tausi

dadaba

nyoka

badada

mamba

babababa

mtunza wanyama

dadadada

muhuri

dada

jaguar

bababa

mwanafarasi

ei!

chui

dadadada

kiboko

dada

twiga

babababa

tai

bababa

nguruwe mwitu

babadada

samaki

nom nom!

kobe

dadadada

sili

anje

mbweha

dadadada

paa

bababa

michezo
ba

soka ya marekani
dadababa

uendeshaji baiskeli
dadaba

tenisi
bum bum

mpira wa kikapu
ball

kuogelea
badada

ndondi
aua!

magongo ya barafuni
baba

soka
dadadada

vinyoya
badada

riadha
dadababa

mpira wa mikono
ball

skii
dadadada

polo
baba

62

kuruka
dada

cheka
baba

kumbatia
bababa

kutembea
dada

kuimba
dadababa

kuomba
dadadada

busu
mama!

ota ndoto
dadababa

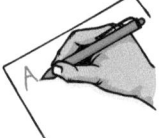

kuandika
dadaba

kuteka
dada

angalia
dadababa

sukuma
dada

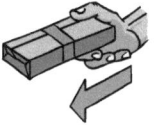

kutoa
badada

kuchukua
dadaba

kuwa

dadaba

fanya

dadadada

kuwa

babadada

kusimama

dadadada

kukimbia

baba

vuta

dadababa

kutupa

dadadada

kuanguka

dadaba

hadaa

badada

kusubiri

dadaba

kubeba

bababa

kukaa

ba

vaa nguo

dadababa

usingizi

heia!

kuamka

bababa

kuangalia

babababa

lia

baaaaaa

kiharusi

dadadada

chana nywele

bababa

ongea

bababa

kuelewa

baba

kuuliza

badada

kusikiliza

dadababa

kunywa

bababa

kula

nomnom!

nadhifisha

badada

upendo

ba

mpishi

badada

gari

dadababa

kuruka

dadadada

meli

dadababa

kokotoa

dadababa

kusoma

dadadada

kujifunza

dadababa

kazi

dadaba

kuoa

baba

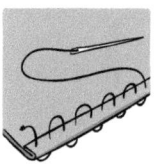

kushona

dada

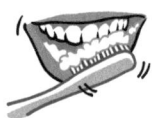

piga mswaki

aua!

kuua

aua!

moshi

dadababa

kutuma

babababa

bibi
oma!

babu
opa!

baba
papa!

mama
mama!

mtoto
bebi

binti
ba

bin
badada

mgeni

baba

shangazi

ba

mjomba

bababa

kaka

nein!

dada

nein!

mwili

dadababa

paji la uso
bababa
jicho
dada
bega
bababa
kidole
dada
uso
dada
kidevu
dadababa
mkono
baba
mguu
dadaba
matiti
da
mkono
bababa

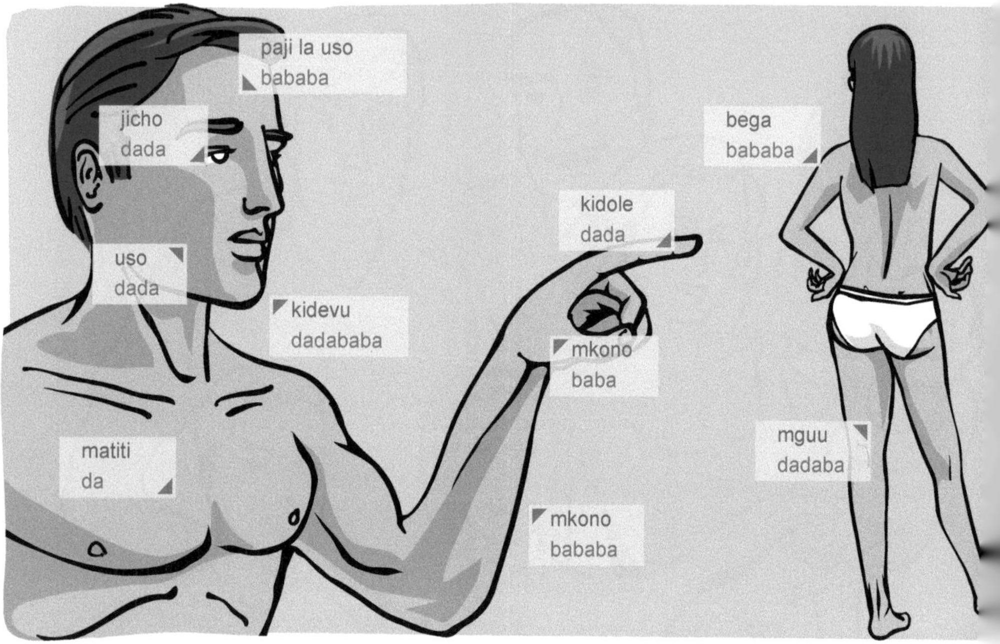

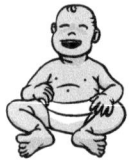

mtoto
bebi

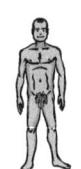

mwanamume
papa!

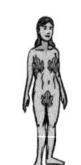

mwanamke
mama

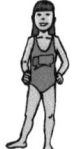

msichana
baba

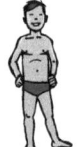

mvulana
babadada

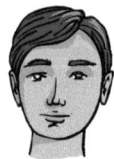

kichwa
bababa

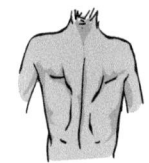

nyuma
....
baba

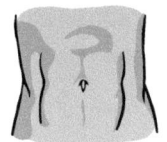

tumbo
....
dadababa

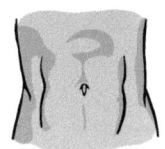

kitovu
....
dada

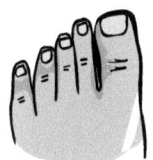

chano
....
dadababa

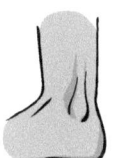

kisigino
....
ba

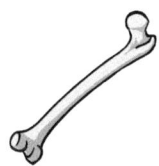

mfupa
....
badada

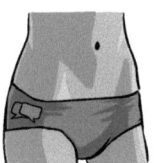

nyonga
....
bababa

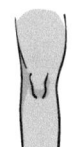

goti
....
dada

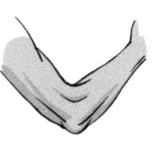

kiwiko
....
dadadada

pua
....
bababa

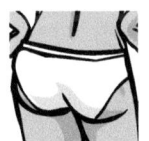

chini
....
popo

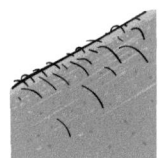

ngozi
....
dadaba

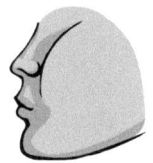

shavu
....
badada

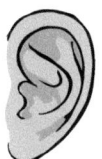

sikio
....
dada

mdomo
....
babababa

kinywa
....
dadababa

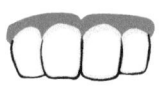

jino
....
dadadada

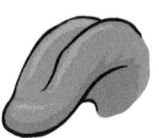

ulimi
....
baba

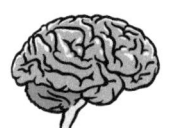

ubongo
....
dadadada

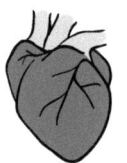

moyo
....
baba

misuli
....
dada

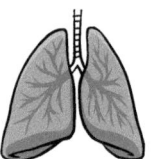

pafu
....
dada

ini
....
dada

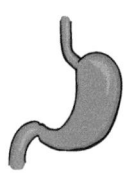

tumbo
....
dadababa

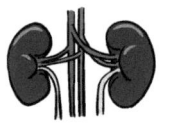

figo
....
dadaba

jinsia
....
babadada

kondomu
....
dada

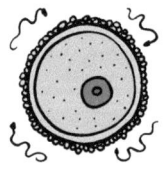

ovari
....
badada

shahawa
....
dadababa

mimba
....
dadababa

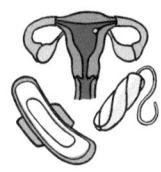

hedhi

ba

uke

mumu

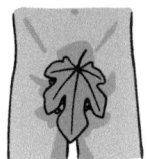

uume

pipi

unyusi

dada

nywele

dadababa

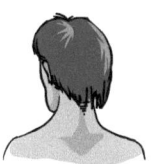

shingo

bababa

hospitali
aua!

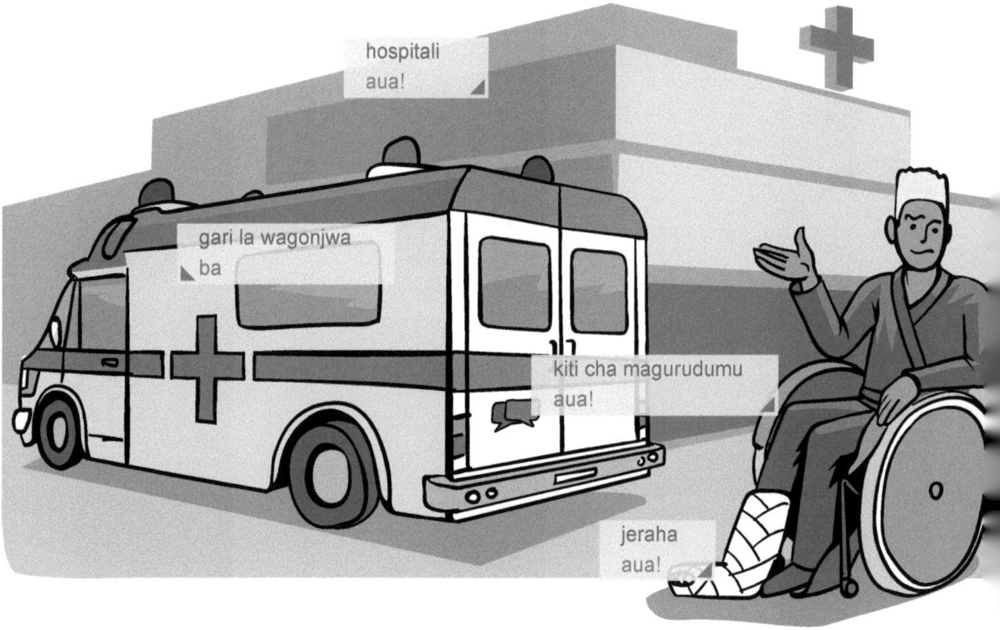

gari la wagonjwa
ba

kiti cha magurudumu
aua!

jeraha
aua!

daktari
aua!

chumba cha dharura
aua!

muuguzi
aua!

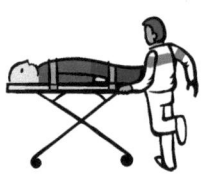

dharura
aua!

kupoteza fahamu
aua!

maumivu
dadababa

kuumia
aua!

kutokwa na damu
dadadada

mshtuko wa moyo
aua!

kiharusi
aua!

mzio
dadababa

kikohozi
aua!

homa
aua!

mafua
aua!

kuharisha
aua!

maumivu ya kichwa
aua!

kansa
aua!

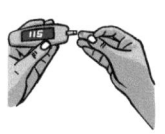

ugonjwa wa kisukari
aua!

daktari mpasuaji
aua!

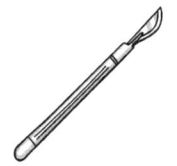

kisu kidogo cha kupasulia
aua!

operesheni
aua!

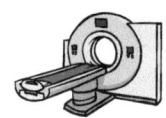

picha changanufu ya mwili

aua!

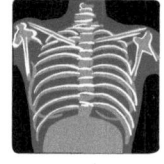

Eksrei

aua!

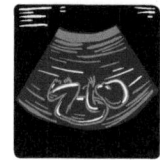

mawimbi sauti

aua!

barakoa ya uso

aua!

ugonjwa

aua!

chumba cha kusubiri

aua!

mkongojo

aua!

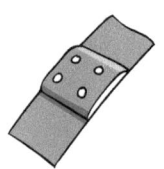

plasta

aua!

bendeji

dadababa

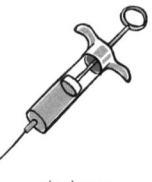

sindano

aua!

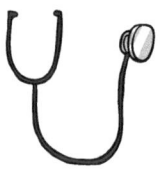

stetoskopu

aua!

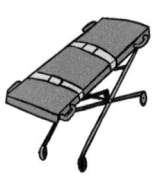

machela

aua!

kipimajoto cha kliniki

aua!

kuzaliwa

aua! bebi!

unene kupita kiasi

aua!

kusikia misaada

aua!

kipukusi

aua!

maambukizi

aua!

virusi

aua!

VVU / UKIMWI

aua!

dawa

aua!

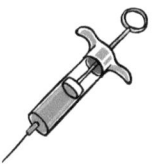

chanjo

aua!

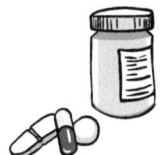

vidonge

aua!

kidonge

dadaba

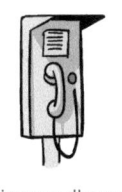

simu ya dharura

aua!

haemodainamometa

aua!

mgonjwa / mwenye afya

da / ba

Msaada!
aua!

kengele
aua!

pigo
aua!

shambulizi
aua!

hatari
aua!

lango la dharura
dadadada

Moto!
dadaba

kizima moto
dadaba

ajali
aua! aua!

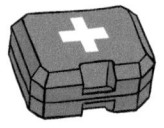

vifaa vya huduma ya kwanza
aua!

wito wa msaada
baba

polisi
dadadada

Ulaya

badada

Amerika ya Kaskazini

dadaba

Amerika ya Kusini

dadababa

Afrika

dadaba

Asia

dadaba

Australia

babababa

Atlantiki

badada

Pasifiki

dadaba

Bahari ya Hindi

baba

Bahari ya Antaktiki

bababa

Bahari ya Aktiki

dadababa

Ncha ya Kaskazini

bababa

Ncha ya Kusini
....
dadababa

Antaktika
....
dadaba

dunia
....
dada

nchi
....
dadaba

bahari
....
badada

kisiwa
....
dadadada

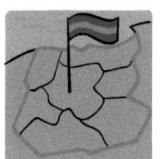

taifa
....
dadadada

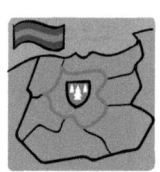

jimbo
....
dadababa

uso wa saa
baba

akrabu ya saa
babadada

akrabu ya dakika
baba

akrabu ya sekunde
bababa

Ni saa ngapi?
dadababa

siku
babadada

wakati
dada

sasa
baba

saa ya dijitali
dadababa

dakika
dadababa

saa
bababa

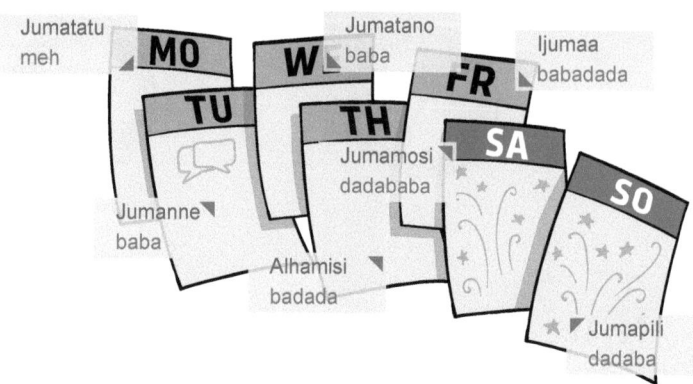

jana

dadadada

leo

dadababa

kesho

dadaba

asubuhi

baba

saa sita mchana

baba

jioni

dadadada

siku za biashara

dada

mwishoni mwa wiki

baba

mwaka
dadaba

mvua
dadababa
upinde wa mvua
dadaba
theluji
kalt
upepo
dadadada
majira ya machipuko
dadadada
vuli
bababa
kiangazi
badada
majira ya baridi
kalt

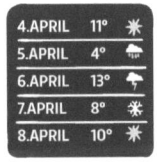

4.APRIL 11°
5.APRIL 4°
6.APRIL 13°
7.APRIL 8°
8.APRIL 10°

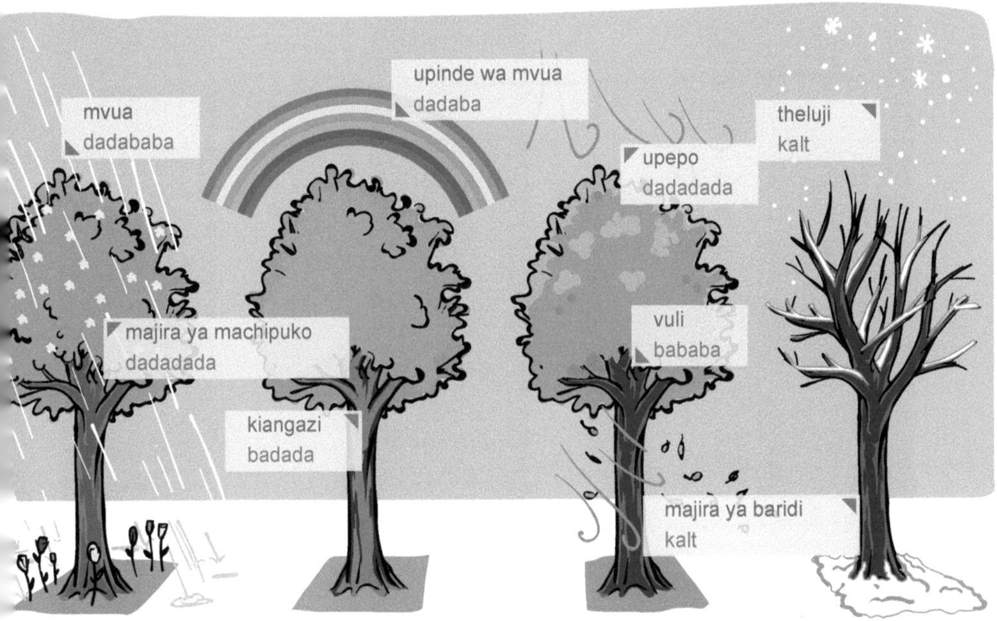

abiri wa hali ya hewa

dadababa

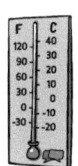

kipimajoto

bababa

mwanga wa jua

ba

wingu

baba

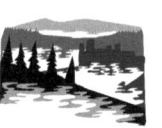

ukungu

dadadada

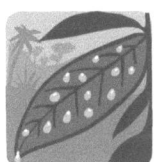

unyevu

dada

umeme

dadababa

radi

dada

dhoruba

badada

mvua ya mawe

dadababa

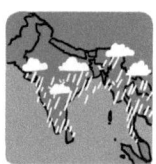

monsuni

bababa

mafuriko

dadaba

barafu

dadadada

Januari

dadaba

Februari

dadaba

Machi

bababa

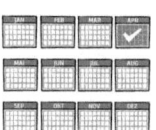

Aprili

dadadada

Mei

dadadada

Juni

babababa

Julai

baba

Agosti

bababa

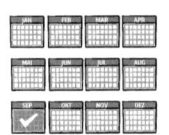

Septemba

dadadada

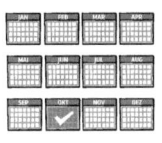

Oktoba

badada

Novemba

dadababa

Desemba

baba

mduara

baba

mraba

badada

mstatili

dadababa

pembetatu

bababababa

nyanja

dadadada

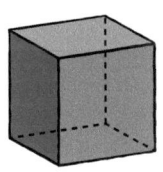

mchemraba

bababababa

dadababa

nyeupe
....
dadababa

manjano
....
babababa

chungwa
....
baba

rangi ya waridi
....
dadadada

nyekundu
....
babadada

hudhurungi
....
dadababa

bluu
....
dadadada

kijani
....
ba

hanja
....
baba

jivujivu
....
bababa

nyeusi
....
badada

mengi / kidogo

da / ba

hasira / pole

da / ba

nzuri / mbaya

da / ba

mwanzo / mwisho

da / ba

kubwa / ndogo

da / ba

angavu / giza

da / ba

kaka / dada

da / ba

safi / chafu

da / ba

kamilika / tokamilika

da / bada

siku / usiku

da / ba

wafu / hai

da / ba

pana / nyembamba

da / ba

kulika / kutolika

....

da / ba

ovu / ema

....

da / ba

sisimkwa / udhika

....

ba / ba

nene / nyembamba

....

da / ba

kwanza / mwisho

....

ba / ba

rafiki / adui

....

da / bada

jaa / tupu

....

da / ba

ngumu / laini

....

da / ba

nzito / nyepesi

....

da / ba

njaa / kiu

....

da / bada

mgonjwa / mwenye afya

....

da / ba

haramu / kisheria

....

da / ba

akili / kijinga

....

da / ba

kushoto / kulia

....

ba / ba

karibu / mbali

....

da / ba

mpya / kutumika

da / bada

kitu / jambo

da / ba

zee / changa

ba / ba

waka / zima

da / ba

wazi / fungwa

da / ba

utulivu / kelele

da / ba

tajiri / masikini

ba / ba

sahihi / kosa

da / ba

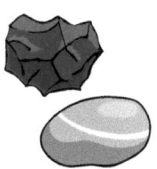

mbaya / laini

da / ba

huzunika / furahia

ba / ba

fupi /ndefu

da / ba

polepole / haraka

da / ba

nyevu / kavu

da / bada

joto / baridi

da / bada

vita / amani

da / ba

0	**1**	**2**
sufuri	moja	mbili
dada	a	ba

3	**4**	**5**
tatu	nne	tano
da ba da	badabada	dadababa

6	**7**	**8**
sita	saba	nane
dadaba	badada	dadababa

9	**10**	**11**
tisa	kumi	kumi na moja
dadaba	dadadada	badada

12
kumi na mbili
baba

13
kumi na tatu
bababa

14
kumi na nne
baba

15
kumi na tano
babadada

16
kumi na sita
dadababa

17
kumi na saba
babababa

18
kumi na nane
dadababa

19
kumi na tisa
bababa

20
ishirini
dadababa

100
mia
baba

1.000
elfu
baba

1.000.000
milioni
dadababa

Kiingereza

baba

Kiingereza cha Marekani

babadada

Kimandarini cha Uchina

dadababa

Kihindi

ba

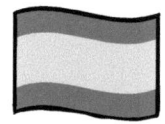

Kihispania

badada

Kifaransa

ohlala

Kiarabu

babadada

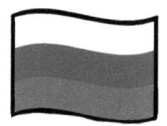

Kirusi

dadaba

Kireno

dada

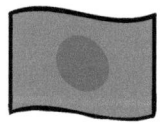

Kibengali

dadadada

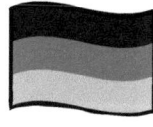

Kijerumani

badada

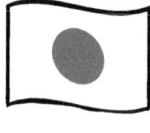

Kijapani

dadadada

mimi

a

wewe

dadadada

yeye / yeye / ni

da / da / da

sisi

o ba ma

wewe

babababa

wao

baba

nani?

dadadada

nini?

dadadada

jinsi gani?

baba

wapi?

babababa

lini?

babadada

jina

dadaba

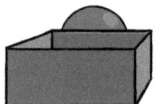

nyuma
baba

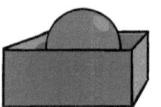

katika
dadaba

mbele ya
baba

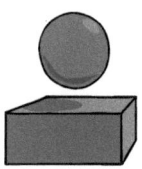

juu ya
ba

kwenye
baba

chini ya
dadababa

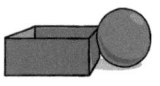

kando
babababa

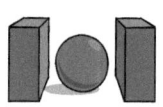

kati
ba

mahali
dada